സാലഭഞ്ജിക

Bodhi Books
Pathiyoor P.O., Kayamkulam
Alappuzha - 690508, Kerala, India
E-mail: bodhibooks03@gmail.com
Tel: +91 9447304886
UDYAM-KL-01-0028313

SALABHANJIKA
by **Bindu Rajeev**
Poems / Malayalam

First Published: April, 2024

Typesetting: Bodhi Books
Cover & Book Design:
Chembarathi Creatives, Kottayam

ISBN: 978-81-79770-78-6

Price **Rs. 130**
Production No. B-B-172-1-50-04-24

Printed and bound in India by
Leo Digital, Kottayam

സാലഭഞ്ജിക

കവിതകൾ

ബിന്ദു രാജീവ്

ബോധി ബുക്സ്
കായംകുളം - 690 508

ബിന്ദു രാജീവ്

കൊല്ലം ജില്ലയിൽ, കിഴക്കേ മങ്ങാട് വീട്ടിൽ കുട്ടപ്പൻപിള്ളയുടെയും ലക്ഷ്മികുട്ടി അമ്മയുടെയും മകളായി 1982 ൽ ജനനം. പ്ലസ് ടു തലം വരെ പൂതക്കുളം ഗവൺമെന്റ് സ്കൂളിലും തുടർന്ന്, പ്രൈവറ്റായി ബി.എ (ഹിസ്റ്ററി)യും.
കൊല്ലം പരവൂരിൽ താമസം.
ഭർത്താവ്: രാജീവ് (ഡ്രൈവർ, കെഎസ്സ്ആർടിസി)
മകൻ: അനന്ദു ആർ.ബി (ബിടെക് വിദ്യാർത്ഥി)
മകൾ: അനന്യ ആർ.ബി (എട്ടാം ക്ലാസ്സ്)
വിലാസം: തീർത്ഥം, കുനയിൽ, പരവൂർ, കൊല്ലം - 691301
ഫോൺ: 9446786478
ഇമെയിൽ: bindurajeevpillai1982i@gmail.com

പ്രസാധകക്കുറിപ്പ്

എഴുതുന്നവയിലെല്ലാം ഹൃദയമുദ്രയുണ്ടായിരിക്കുമ്പോഴാണ് എഴുത്തുകാരൻ / എഴുത്തുകാരി സാഹിത്യലോകത്ത് തിരിച്ചറിയപ്പെടുന്നത്. കവിയെന്ന നിലയിൽ സ്വയം അടയാളപ്പെടുത്തുന്ന ഹൃദയമുദ്രകളാണ് ബിന്ദു രാജീവിന്റെ കവിതകളെ ശ്രദ്ധേയമാക്കുന്നത്. പറയാനുള്ളത് ആർജ്ജവത്തോടെ കവി പറഞ്ഞുവെയ്ക്കുന്നു. സമകാലിക വിഷയങ്ങളോടു കാവ്യോചിതമായി പ്രതികരിക്കാനും കവി ശ്രദ്ധിക്കുന്നുണ്ട്. എങ്കിലും അതീന്ദ്രിയമായ കാവ്യാനുഭൂതിയെക്കുറിച്ചാണ് അവർ സദാജാഗരുകയായിരിക്കുന്നത്. സാലഭഞ്ജികയെന്ന ഈ പുസ്തകം അഭിമാനത്തോടെ ബോധി ബുക്സ് കൈരളിക്കു സമർപ്പിക്കുന്നു.

ആമുഖം

എന്റെ ആദ്യ കവിതാസമാഹാരമാണ്, സാലഭഞ്ജിക. എന്റെ അച്ഛൻ ധാരാളം ഭക്തിഗാനങ്ങൾ എഴുതുകയും ആലപിക്കുകയും ചെയ്തിരുന്നു. കുട്ടിക്കാലം മുതൽ അതെല്ലാംകണ്ടുംകേട്ടുമാണ് ഞാൻ വളർന്നത്. എഴുത്തുവഴിയിലേക്കു കടക്കാനുള്ള പ്രചോദനവും അതായിരുന്നു.

എഴുത്തുവഴിയിൽ ആദ്യമായി ഒരു സമ്മാനം ലഭിക്കുന്നത് പ്ലസ്ടുവിനു പഠിക്കുമ്പോഴാണ്. വിനോദയാത്ര പോയതിനെക്കുറിച്ച് ഒരു യാത്രാവിവരണം എഴുതിയപ്പോൾ കിട്ടിയ സമ്മാനമായിരുന്നു അത്. എഴുത്തുരംഗത്ത് കൂടുതൽ ശ്രദ്ധകൊടുക്കുവാനുള്ള ആത്മവിശ്വാസം അതുനൽകി.

ഈ പുസ്തകത്തിന് ഹൃദ്യമായ അവതാരിക എഴുതിതന്ന ഗിരിജൻ ആചാരി സാറിനും പുസ്തകമിറക്കാൻ പ്രചോദനമേകിയ ഹരികുമാർ ഇളയിടത്ത് സാറിനും ബോധി ബുക്സിനും എഴുത്തിനുകൂട്ടായി ഒപ്പം നിൽക്കുന്ന എന്റെ കുടുംബത്തിനും പ്രോത്സാഹനമായി നിലകൊള്ളുന്ന ബന്ധുമിത്രാദികൾക്കും സുഹൃത്തുക്കൾക്കും അകൈതവമായ നന്ദിയും സ്നേഹവും കടപ്പാടും രേഖപ്പെടുത്തുന്നു.

എന്റെ 'സാലഭഞ്ജിക'യെ സഹൃദയരായ വായനക്കാർക്കായി സമർപ്പിക്കുന്നു. ഹൃദയപൂർവ്വം സ്വീകരിക്കുമെന്ന് വിശ്വസിച്ചുകൊണ്ട്...

സസ്നേഹം

ബിന്ദു രാജീവ്

കാവ്യവർണ്ണങ്ങൾ

ആത്മാവിഷ്കാരത്തിന്റെ അനുഭൂതിദായകമായ അവസ്ഥയിൽനിന്നാണ് ഓരോ കവിതയും പിറവികൊള്ളുന്നത്. കവി കല്പിതമായ ചിന്തകൾക്ക് ഊടും പാവും നൽകുമ്പോഴാണ് ഉത്തമമായ കവിതകൾ പിറവികൊള്ളുന്നത്. കാലത്തിനു മുന്നേ യാത്ര ചെയ്യുന്നവരാണല്ലോ കവികൾ..

കവിയുടെ കാഴ്ചകൾ സമൂഹത്തിന്റെ നാനാവശങ്ങളിലേക്കും തിരിയുന്നുണ്ട്.പ്രകൃതിയും കാലവും ജീവിതവുമെല്ലാം കവിയുടെ മനസ്സിൽ കവിതയുടെ വിത്തുകൾ പാകാറുണ്ട്. അവ മനോഹരമായ കവിതകളായി പിറവികൊള്ളാറുമുണ്ട്.

സമൂഹത്തിലെ ഏതൊരു പ്രശ്നങ്ങളിലും മറ്റാരെക്കാളും മുന്നിലായ് ഇടപെടുന്നത് എക്കാലത്തും കവികളാണ്.

കാലം നയിക്കുന്ന വഴികളിലൂടെ തങ്ങളുടെ ജീവിതഗതികളെപ്പോലും മാറ്റിനിർത്തികൊണ്ട് കവിതയെ പ്രാണനായി ചേർത്തുവച്ചിട്ടുള്ള ധാരാളം കവികളുണ്ട്. അവർ ദീർഘവീക്ഷണത്തോടെ സമൂഹത്തിനു പകർന്നുനൽകിയ എത്രയോ ജീവസുറ്റ സന്ദേശങ്ങൾ കാലാതിവർത്തിതമായി ഇന്നും നിലകൊള്ളുന്നു.

കവിതയുടെ തട്ടകത്തിൽ തന്റേതായ ഒരിടം കാത്തുസൂക്ഷിക്കുന്ന എഴുത്തുകാരിയാണ് ശ്രീമതി ബിന്ദു രാജീവ്. മുപ്പത്തിയൊൻപത് കവിതകളുള്ള "സാലഭഞ്ജിക"എന്ന ഈ കവിതാസമാഹാരം, ബിന്ദു രാജീവിന്റെ പ്രഥമ കവിതാസമാഹാരമാണ്. ഇതിലെ ഓരോ കവിതയിലും കവിയുടെ കയ്യൊപ്പ് പതിഞ്ഞിട്ടുണ്ട്. തികച്ചും വ്യത്യസ്തമായ പ്രമേയങ്ങൾ ഏതൊരു വായനക്കാരുടേയും മനസ്സിൽ പതിയുന്ന ലളിതമായ ആവിഷ്കാര ചാതുര്യം ഇതിലെ കവിതകൾ പകർന്നുനൽകുന്നുണ്ട്.

സമകാലികമായ വിഷയങ്ങളും, ജീവിതത്തിന്റെ നേർക്കാഴ്ചകളും ഇതിലെ കവിതകളിൽ കാണാം. പ്രണയവും വിരഹവും സ്നേഹവുമെല്ലാമുൾപ്പെടുന്ന സമ്മിശ്രഭാവങ്ങൾ പകർന്നുകൊണ്ടുള്ള കവിതകൾ. വളരെ തന്മയത്വത്തോടെ കുറിച്ചിരിക്കുന്നു.

"കനവുകൾ ചുട്ടുപൊള്ളുന്ന
കദനഭാരം നിറയുന്ന
മനസ്സിന്റെ ചുഴിയില് പെട്ട്
മനനം കവിതയായി
ചിതറുന്നു."

'ഈ സമാഹാരത്തിലെ ആദ്യ കവിതയായ "ഏകാന്തപഥിക "എന്ന കവിതയിലെ വരികളാണിത്. ഇന്നലെകളിലെ അനുഭവങ്ങളിൽനിന്നും രൂപംകൊണ്ട മനസ്സിന്റെ കരുത്താണ് ഈ കവിതയിലെ വരികൾ. ആർക്കും അടിയറവുവെയ്ക്കാത്ത സ്വത്വബോധത്തിന്റെ സാക്ഷ്യപത്രം. തീഷ്ണമായ വാക്കുകളിൽ അനുഭവത്തിന്റെ ചൂര് പരകായം ചെയ്ത വരികൾ. നല്ലെഴുത്ത്.

"നിഴൽ" എന്ന കവിത ജീവിതത്തിന്റെ തുടക്കം മുതൽ അവസാനം ചിതയിലേക്കെടുക്കുംവരെ നമ്മുടെ സന്തതസാഹചര്യയായി എന്നും കൂടെയുള്ളത് നിഴൽമാത്രമാണെന്നുള്ള ഓർമ്മപ്പെടുത്തലാണ്. പ്രണയാർദ്രമായ ഭാവങ്ങളെ വളരെ ഭംഗിയായി ആവിഷ്കരിച്ചിട്ടുള്ള കവിതയാണ് "അനുരാഗം". സ്നേഹത്തിന്റെ, പ്രണയത്തിന്റെ അനുരണനങ്ങൾ വരികളിലൂടെ പകർത്തിവച്ചിരിക്കുന്നു."മനസ്സ് "എന്ന കവിത ഇഷ്ടപ്പെടലിന്റെ നാൾവഴികളിലൂടെ കടന്നുപോകുമ്പോൾ പെട്ടന്ന് നഷ്ടപ്പെടലിലേയ്ക്ക് വലിച്ചെറിയപ്പെടുന്ന അവസ്ഥയെ പങ്കുവയ്ക്കുന്നു. വിരഹത്തിന്റെ തീഷ്ണത ഒരു ഏറ്റുപറച്ചിൽപോലെ "നീ തീർത്ത പ്രണയപ്പുഴയിൽ ഒലിച്ചുപോയതെന്നുടെ ജീവിതം "എന്ന വരികളിൽ കാണാം.

ഭ്രാന്ത് വല്ലാത്ത ഒരു അവസ്ഥയാണ്.സ്വയം തിരിച്ചറിയാതെ ,മറ്റുള്ളവരെ തിരിച്ചറിയാതെ മനോനിയന്ത്രണം നഷ്ടപ്പെടുന്ന അവസ്ഥ, പ്രവർത്തികൾ. പക്ഷേ പലപ്പോഴും ജീവിതസാഹചര്യങ്ങളെ നോക്കുമ്പോൾ ഭ്രാന്ത് ചിലപ്പോഴെങ്കിലും അനിവാര്യമായ ഘടകമല്ലേ എന്ന് ചിന്തിച്ചുപോകുന്നു.ഒന്ന് സ്വസ്ഥമായി പൊട്ടികരയാനോ, ചിരിക്കാനോ ആരെയും ഭയക്കേണ്ടതില്ല."ഭ്രാന്തി"എന്ന കവിതയിലൂടെ കവി അതാണ് പറയുന്നത്."നീയെന്ന കവിത" യിൽ കവിമാനസത്തെക്കാണാം. നീയായിരുന്നു എന്റെ കവിത. നിന്നിലൂടെ ഞാൻ എഴുതി. നിനക്കുവേണ്ടി എഴുതി.നിന്നിൽ അലി

ഞ്ഞുചേർന്ന മഴയായിരുന്നില്ലേ എന്റെ കവിത." വാക്കുകളിൽ ഇഴയടുപ്പത്തിന്റെ ലാളിത്യവുംസ്നേഹവും കാണാം. പിന്നെയും തുടരുകയാണ്. കടൽപ്പരപ്പോളം വരികളായി എന്നിൽ നിറഞ്ഞുനിന്നിട്ടും പിന്നെ എപ്പോഴാണ് വറ്റിവരണ്ടത്..? പ്രണയനഷ്ടം ഇതിൽക്കൂടുതൽ എങ്ങനെയാണ് വ്യക്തമാക്കുക...?

"പുനർജ്ജനി"എന്ന കവിത പൂർത്തിയാവാത്ത സ്നേഹത്തിന്റെ നഷ്ടസ്വപ്നങ്ങളെ പങ്കുവയ്ക്കുകയാണ്. ഈ ജന്മത്തിൽ ഒരുപാട് ആഗ്രഹങ്ങൾ മാത്രം ബാക്കി.അടുത്ത ജന്മത്തിലെങ്കിലും അതു പൂവണിയുമെന്നുള്ള പ്രത്യാശ.

പ്രണയത്തിന്റെ ഓർമ്മച്ചിത്രങ്ങൾ പങ്കുവയ്ക്കുന്ന മറ്റൊരു കവിതയാണ് "നീ അറിയാതെ"പഴമതൻ സ്മൃതികൾ എത്ര മധുരതരം. ബാല്യത്തിന്റെ ഓർമ്മകൾ എത്ര പ്രായം കഴിഞ്ഞാലും അറിയാതെ മനസ്സിലേറ്റുന്ന അനുഭവമാണ്. തുമ്പികളുടേയും, ചിത്രശലഭങ്ങളുടേയുമൊക്കെ സാമിപ്യം "തുമ്പി"എന്നകവിത അതാണ് ഓർമ്മപ്പെടുത്തുന്നത്.പ്രണയത്തിന്റേയും സ്നേഹത്തിന്റേയും ഇഴചേർന്ന ജീവിതത്തിലേയ്ക്കുള്ള ക്ഷണമാണ് "സഖി"എന്ന കവിതയിലൂടെ പറയുന്നത്.

"കാത്തിരുപ്പ്, നീവരുന്നതും കാത്ത്, "തുടങ്ങിയ കവിതകൾ കാത്തിരിപ്പിന്റേയും, വിരഹത്തിന്റെയും നോവുകൾ പങ്കുവയ്ക്കുന്നു.

"ഉന്മാദത്തിലാറാടി തിമിർക്കുന്ന
മാനവക്കോലങ്ങൾ
ഭോഗിച്ചിടുന്നു വെറുമൊരു
മൺപ്രതിമയെപ്പോലും.
മുളയിലെ കശക്കിയെറിഞ്ഞൊരു
കുഞ്ഞുമുകുളമായിരുന്നു ഞാൻ...
ദേഹിതൻ നീറും മുറിവുകളും
മൃതിയടഞ്ഞ മനസ്സിന്റെ
പുകച്ചിലും..."

"സാലഭഞ്ജിക"എന്ന കവിതയിലെ വരികളാണ് മുകളിൽ കൊടുത്തിരിക്കുന്നത്.

വിക്രമാദിത്യകഥകളിൽ കഥ പറയുന്ന സാലഭഞ്ജികകളെക്കുറിച്ച് പറയുന്നുണ്ട്. ഇവിടെ ജീവിതത്തിൽ ബാല്യത്തിൽതന്നെ കശക്കിയെറിയപ്പെട്ട ഒരു പെൺകുട്ടിയുടെ മനസ്സ് കടംകൊണ്ട് എഴുതിയ വരികളിൽ അവൾ അനുഭവിക്കേണ്ടിവന്ന തീഷ്ണമായ

പീഡനങ്ങളും അതിനെതുടർന്ന്, ദുർവിധി സമ്മാനിച്ചത് മറ്റുള്ള വരെ സന്തോഷിപ്പിക്കുന്ന നിശാപുഷ്പമായി കഴിയേണ്ട അവസ്ഥ യാണ് പറഞ്ഞു പോകുന്നത്. നേരിടമുള്ള കാലികമായ കവിത.

ഇന്നും എത്രയോ പെൺകുട്ടികൾ ഇതുപോലെ ജീവിതം ഹോമിക്കപ്പെടുന്നു.

അമ്മ മനസ്സിന്റെ സ്നേഹം എത്ര കാലം കഴിഞ്ഞാലും മറക്കാൻ കഴിയില്ല. അത്രമേൽ കടമയും കടപ്പാടും,കർത്തവ്യവും ഉണ്ടാവണം അമ്മയോടും അച്ഛനോടും.

അമ്മ നഷ്ടപ്പെട്ട വേദനയാണ് "അമ്മ "എന്ന കവിതയിലൂടെ പങ്കുവയ്ക്കുന്നത്. മണ്മറഞ്ഞുപോയിട്ടും ആദ്യാക്ഷരത്തിന്റെ പുണ്യം പകർന്ന അമ്മയുടെ സ്നേഹവും വാത്സല്യവും കരുതലും ഇപ്പോഴും കൂടെയുള്ളതായും ഇളം തെന്നലായി തഴുകുന്നതു മായ അനുഭവമാണ് ലഭിക്കുന്നതെന്നും, ആ സ്നേഹസുഗന്ധം ഒരിക്കലും നഷ്ടപ്പെടരുതെന്നും കവി ആഗ്രഹിക്കുന്നു.

രാവും പകലും നോക്കാതെ സ്വതന്ത്രയായി ഏതെങ്കിലും ഒരു സ്ത്രീക്ക് ഇവിടെ ഒറ്റയ്ക്കു നടക്കുവാൻ കഴിയുമോ എന്നാണ് "സ്വാതന്ത്ര്യം"എന്ന കവിതയിൽ കവി ചോദിക്കുന്നത്. അങ്ങനെ നടക്കുവാൻ കഴിയുന്ന കാലത്ത് എന്റെ നാട് സ്വതന്ത്രമെന്ന്

നമുക്ക് പറയാമെന്ന് കവി വിശ്വസിക്കുന്നു. ഇന്നത്തെ കാലഘ ട്ടത്തിന്റെ അവസ്ഥകളെ നോക്കുമ്പോൾ കവിയുടെ വാക്കുകളോട് ചേർന്നുനിൽക്കാനെ കഴിയൂ.

ഞാനും നീയും എന്നതിനപ്പുറം അതിരുകൾ ഭേദിച്ച സ്നേഹ പൂർണ്ണിമയെ "ഞാനറിയുന്നു"എന്ന കവിതയിൽ കാണാം.

പ്രകൃതിയിലെ വർണ്ണവിസ്മയങ്ങളും കാഴ്ചകളും കവിയുടെ മനസ്സിൽ ഒരു ഗാനത്തിന്റെ രൂപം പകർന്ന വരികളാണ് "പുലർ വേള"യിലൂടെ കാണുന്നത്. കവിത മാത്രമല്ല ഗാനവും തനിക്ക് വഴങ്ങുമെന്നുള്ള തെളിവാണ് ഈ വരികൾ. കാണിക്കാഴ്ചയുടെ നേരിടം പങ്കുവയ്ക്കുകയാണ് "കൊന്നപ്പൂവ് "എന്ന കവിതയിലൂടെ. പ്രണയ മധുരിമയുടെ ഓർമ്മത്തുരുത്തിലൂടെ, നഷ്ടപ്രണയത്തി ന്റെ നനുത്ത ഓർമ്മകളും, നൊമ്പരവും പങ്കുവയ്ക്കുന്ന ഭാവാ ത്മകതയാണ് "നൊമ്പരം"എന്ന കവിതയിലൂടെ പറയുന്നത്.താൻ ജീവനുതുല്യം സ്നേഹിച്ചിരുന്നയാൾ മറ്റൊരാളുടേതായി മാറിയെ ങ്കിലും എന്നെങ്കിലും ഒരിക്കൽക്കൂടി കാണുവാനുള്ള ആഗ്രഹം മനസ്സിൽ സൂക്ഷിച്ചുകൊണ്ടുള്ള കാത്തിരിപ്പ്, നഷ്ടപ്പെടലിന്റെ തീവ്രത ബോധ്യപ്പെടുത്തുന്നു.

അമ്മയായും മകളായും ഭാര്യയായും കാമുകിയായും അമ്മൂമ്മയായും വിവിധ വേഷങ്ങളാടുന്ന സ്ത്രീ. ജീവിതത്തിന്റെ ഓട്ടപ്പാച്ചിലിൽ സന്തോഷവും,സുഖവും മറിയാതെ സങ്കടങ്ങൾ ഉള്ളിലൊതുക്കി മറ്റുള്ളവർക്ക് സന്തോഷം പകർന്നു തന്റെ കർമ്മമണ്ഡലത്തിൽ വ്യാപൃതയാകുന്നുവെന്നുള്ളത് എത്ര സത്യമാണ്."അവൾ"എന്ന കവിത സ്ത്രീയുടെ വിവിധ ഭാവങ്ങളുടെ രൂപചിത്രം വരച്ചുകാണിക്കുന്നു.

പ്രണയത്തിന്റെ സ്നേഹചാർത്ത് എടുത്തുകാണിക്കുന്ന കവിതയാണ് "പ്രണയലഹരി". എത്ര മറക്കാൻ ശ്രമിച്ചാലും നിലയ്ക്കാത്ത ലഹരിയായി നുരഞ്ഞുപൊന്തുന്നതാണ് പ്രണയമെന്ന് ഇതിലെ വരികളിലൂടെ ഓർമ്മപ്പെടുത്തുന്നു.

എഴുത്തുവഴിയെ പ്രോജ്വലിപ്പിക്കുന്ന പ്രധാന ഘടകങ്ങളിൽ ഒന്നാണ് തൂലിക.മനസ്സിൽ നാമ്പിടുന്ന അക്ഷരക്കൂട്ടുകളെ തൂലികയാൽ താളുകളിലേക്കിന്നും കുറിക്കുവാൻ കഴിയുന്നതിന്റെ തൂലികാസമർപ്പണമാണ് "തൂലിക"യെന്ന കവിത.

ഗൗതമ മഹർഷിയുടെ ശാപത്തിന്റെ ഫലമായി ശിലയായി മാറിയവളാണ് അദ്ദേഹത്തിന്റെ പത്നികൂടിയായ അഹല്യ. നീണ്ട സംവത്സരങ്ങൾക്കൊടുവിലാണ് ശ്രീരാമദേവപാദസ്പർശത്താൽ അഹല്യയ്ക്ക് മോഷം കിട്ടുന്നത്. താൻ മനസ്സറിഞ്ഞു തെറ്റുകാരിയല്ലായിരുന്നിട്ടും ദുർവിധി ഭർതൃശാപമായ് അനുഭവിക്കേണ്ടിവന്ന അഹല്യയുടെ മനസ്സിന്റെ വേദനകളാണ് "അഹല്യ"എന്ന കവിതയിലൂടെ പറയുന്ന ത്. അഹല്യയുടെ മനോഗതം അർത്ഥവത്തായ രീതിയിൽ ഈ കവിതയിലൂടെ അവതരിപ്പിച്ചിട്ടുണ്ട്.

യുദ്ധംകൊണ്ട് നമുക്ക് നഷ്ടങ്ങളും വേദനകളുമല്ലാതെ ഒന്നും നൽകുന്നില്ല എന്നുള്ള ഓർമ്മപ്പെടുത്തലാണ് "രണം "എന്ന കവിതയിലൂടെ പറയുന്ന ത്."അനുരാഗം"എന്ന കവിതയിൽ അനവദ്യ സുന്ദരനിമിഷങ്ങൾ പ്രണയാർദ്രനിർഭരമായി നീയും ഞാനും ഒന്നെന്ന ധന്യ നിമിഷങ്ങളെ അനുരാഗം പങ്കുവയ്ക്കുന്നുവെന്നും അനുരാഗത്തിന്റെ ഭാവലയങ്ങൾ പ്രകൃതിയിലും കാണാമെന്നും വരികൾ അടയാളപ്പെടുത്തുന്നു. അനുഭവങ്ങളിൽനിന്നും രൂപംകൊണ്ട മനസ്സിന്റെ കരുത്താണ് ഈ കവിതയിലെ വരികൾ." കാലത്തിൻ ചിറകുകൾ" എന്ന കവിതയിൽ കവി പറയുന്നത്, കാലം വരച്ചിട്ട ജാലക ചില്ലയിൽ വന്നിരുന്നു മൗനമായ് പാടുന്ന പക്ഷി നിന്റെ മനസ്സിൽ ഒരുപാട് കനവുകളും സൂക്ഷിച്ചുകൊണ്ട് നീ ആരെ തിരഞ്ഞാണ് വന്നത് ചിറകുകൾ ഉണ്ടെങ്കിലും നിനക്ക്

പറക്കാൻ കഴിയാത്ത അവസ്ഥയാണ്. ചിന്തിച്ചാൽ ചില മനുഷ്യരുടെ അവസ്ഥയും ഇങ്ങനെയാണ് .

"ജീവവായു"എന്ന കവിതയിലൂടെ പറയുന്നത് നഷ്ടപ്പെടലിന്റേയും, പ്രകൃതി താണ്ഡവത്തിന്റേയും അതിജീവനത്തിന്റേയും ചുട്ടെഴുത്താണ്.

"പ്രണയത്തിനാരോ
ചുവപ്പു നൽകി
ഹൃദയത്തിനാ നിറം
പകർന്നു നൽകി.
പ്രേമം തലയ്ക്കു പിടിച്ച
ചിലർതൻ
കത്തിയിലേക്കാനിറം
പകർന്നെടുത്തു...."

"ചുവപ്പ്"എന്ന കവിതയിലൂടെയുള്ള കവിയുടെ വാക്കുകളാണിത്. പ്രണയത്തിന് സ്നേഹത്തേക്കാൾ ഉപരി കരുത്തിന്റേയും സ്വയം ആർജ്ജിതമായ തന്റേടത്തിന്റേയും, പ്രതിരോധത്തിന്റേയും വേറിട്ട തലങ്ങൾ ചിലപ്പോൾ കണ്ടേക്കാം. അതാവാം ചുവപ്പിനെ പ്രതീകമായി ചേർത്തുവച്ചിരിക്കുന്നത്. പക്ഷേ... ആ ചുവപ്പിന് മറ്റു ചില തലങ്ങൾക്കൂടി ഉണ്ടെന്ന് കവി പറയുന്നുണ്ട്. പ്രേമംതലയ്ക്കു പിടിച്ചു അത് വേർപിരിയലിന്റെ, നഷ്ടപ്പെടലിന്റെ അല്ലെങ്കിൽ ഒഴിവാക്കലിന്റെ ഇടങ്ങളിലേയ്ക്കെത്തുമ്പോൾ എത്രയോ ജീവനുകൾ കത്തിമുനകളാൽ പൊലിയുന്നു. കെട്ടകാലത്തിന്റെ നാൾവഴിത്താരകൾ എല്ലാറ്റിനും സാക്ഷിപത്രമാകുന്നു.

നിർമ്മലമായ പ്രണയത്തിന്റേയും, സ്നേഹത്തിനന്റേയും ഊഷ്മളമായ സങ്കല്പത്തെ മനസ്സിൽ സൂക്ഷിച്ചുകൊണ്ടുള്ള പ്രണയിതാവിനായിട്ടുള്ള കാത്തിരിപ്പാണ് "എന്റെ മാത്രം "എന്ന കവിതയിലെ വരികളിൽ കാണുന്നത്.തന്റെ ജീവിതത്തിലും എന്നും കൂട്ടായ് സ്നേഹം പകർന്നുകൊണ്ട് ഒപ്പമുണ്ടാകണമെന്നുള്ള ആഗ്രഹവും ഈ വരികളിൽ കാണാം. നല്ലൊരു പ്രണയകവിതയാണിത്.

നീതിബോധത്തിന്റെ സത്ത പലപ്പോഴും നഷ്ടപ്പെടുന്നുവെന്നുള്ള സത്യത്തെ ബോധ്യപ്പെടുത്തുന്ന നിരവധി അനുഭവങ്ങളും വാർത്തകളും നിത്യവും നമ്മുടെ കൺമുന്നിൽ കാണുന്നുണ്ട്. അക്രമങ്ങളും അനീതികളും സർവ്വസാധാരണമായിക്കൊണ്ടിരിക്കുന്നു. സാധാരണ പൗരന്മാർക്ക് നീതി നിഷേധിക്കപ്പെടുന്ന അവസ്ഥകൾ

ധാരാളം. സ്വന്തം സുഖസൗകര്യങ്ങൾക്കുവേണ്ടി അമ്മിഞ്ഞ പാൽമണം മാറാത്ത കുഞ്ഞുങ്ങളെ കൊന്നു തെരുവിൽ തള്ളുന്ന അമ്മമാരും. പിഞ്ചു കുഞ്ഞുങ്ങളേപ്പോലും കാമപൂരണത്തിനുപ യോഗിക്കുന്ന നികൃഷ്ടജന്മങ്ങളുമിന്ന് നാടിന് ശാപമായിക്കൊണ്ടി രിക്കുന്നു. രാഷ്ട്രീയത്തിന്റെ പവിത്രതപോലും നഷ്ടപ്പെട്ടിരിക്കുന്നു. അതുകൊണ്ടുതന്നെ നീതിദേവതേ നിന്റെ മൂടിക്കെട്ടിയ കണ്ണിന്റെ മറ മാറ്റുക. കണ്ണുതുറന്നുകാണുകയെന്നും, നീതിയുടെ പുതിയ തത്വശാസ്ത്രം കുറിക്കുവാനും കവി പറയുന്നത് ഇന്നിന്റെ അവസ്ഥ കളോടുള്ള പ്രതികരണമാണ്.

ചിങ്ങമാസത്തിലെ തിരുവോണവും, തിരുവോണക്കാഴ്ചകളു മാണ് "ചിങ്ങമാസം"എന്ന കവിതയിലൂടെ പറയുന്നത്. ഓണത്തെ ക്കുറിച്ച് എത്ര വർണ്ണിച്ചാലും അത്രയധികം അനുഭവങ്ങൾ ഓരോ രുത്തർക്കും പങ്കുവയ്ക്കുവാനുണ്ടാവും."കണക്കെടുപ്പ്"എന്ന കുറു ങ്കവിതയിൽ ദേഹം വിട്ടൊഴിയുന്ന ദേഹിയുടെ കർമ്മഫലത്തിന്റെ കണക്കെടുപ്പിൽ ആർക്കാണ് തോൽവി എന്നു മനസ്സിലാക്കുവാൻ, അതിന്റെ തൂക്കമെടുക്കുവാൻ പറ്റിയൊരു തുലാസ് ഇല്ലാതെപോയി എന്നു കവി പറയുന്നു. ദേഹിയെ വഹിച്ചുകൊണ്ടു ദേഹം ചെയ്തു കൂട്ടിയതെല്ലാം തൂക്കിനോക്കിയാലുള്ള അവസ്ഥ എന്തായിരിക്കും.

സ്നേഹത്തിന്റെ ഉർവ്വരതയ്ക്ക് അത്രമേൽ കാമ്പുണ്ടെന്നു വ്യ ക്തമാക്കുന്ന കവിതയാണ് "പ്രണയം"പലരും നിന്നെ ഇഷ്ടപ്പെട്ടി രുന്നു. നിന്റെയൊരു പുഞ്ചിരിക്കുപോലും കൊതിച്ചിരുന്നുവെങ്കി ലും എന്നിലെ ആർദ്രമായ പ്രണയം തിരിച്ചറിഞ്ഞ നിന്റെ സ്നേഹം ആവോളം കിട്ടിയത് എനിക്കായിരുന്നു. ഇതിലെ ഓരോ വരികളും നിർമ്മലമായ സ്നേഹത്തെ എടുത്തുകാട്ടുന്നു.ലാളിത്യമാർന്നവ രികൾ.മക്കൾക്കുവേണ്ടിയുള്ള കരുതലിൽ, അവരെ നല്ല നിലയിൽ എത്തിക്കുവാൻ, അവർ എല്ലായിടത്തും വിജയിച്ചുകാണാൻ, ഉള്ളിൽ സങ്കടങ്ങളടക്കി സ്വന്തം ജീവിതംപോലും മറന്നുകൊണ്ട് മക്കൾക്കായി ജീവിതം സമർപ്പിക്കുന്നയാൾ അച്ഛനാണ്. പക്ഷേ പലപ്പോഴും തിരസ്കരണം ഏറ്റുവാങ്ങുന്ന അച്ഛന്മാരുമുണ്ട്."അ ച്ഛൻ"എന്ന കുറുങ്കവിതയിൽ നിറഞ്ഞുനിൽക്കുന്നതും അതുത ന്നെയാണ്.

"ഭൂമിവചനം"എന്ന കവിതയിൽ മനുഷ്യന്റെ ദുഷ്ചെയ്തിക ളിൽ മനം നൊന്ത് ഭൂമി മനുഷ്യരോട് പറയുന്ന ആവലാതികളും ഓർമ്മപ്പെടുത്തലുകളുമാണ്.കാലികമായ ചിന്തകൾ നൽകുന്ന കവിത.

നിലാവിന്റെ നേർത്ത മഞ്ഞിൻ പുതപ്പിൽ രാത്രിയെ ഒരു പൂങ്കാവനമായും അവിടെ നിശാശലഭങ്ങളായ് ഞാനും എന്റെ പ്രിയപ്പെട്ടവനുമെത്തുമെന്നുള്ള "നിശീഥിനി"എന്ന കുറുങ്കവിതയിലും പ്രണയഭാവം കാണാം.

കാല്പനികതയുടെ നദിയായി ഓളവും തീരവും നോക്കാതെ കാലമേ നീ പായുകയാണ് നന്മകളേക്കാൾ ദുരന്തങ്ങൾ നൽകികൊണ്ട്. കാലകർമ്മത്തിൽ ഈശ്വരനും വിധികല്പിതങ്ങൾക്ക് അപ്പുറമല്ല എന്നുള്ള ഓർമ്മപ്പെടുത്തലാണ് "കാലം"എന്ന കവിതയിലൂടെ കവി പറയുന്നത്.

ഇന്നത്തെ സമൂഹത്തിൽ നടമാടുന്ന ദുരവസ്ഥകളെ അവസ്ഥകളെ "ഏകാന്തപഥികൻ"എന്ന കവിതയിലൂടെ പറയുന്നു.താൻ പിന്നിട്ട യാത്രയിലൂടെ കണ്ട കാഴ്ചകളെ ഓർത്തെടുക്കുകയാണ് യാത്രികൻ.ഇവിടെ നടമാടുന്ന ഓരോ ദുരന്തമുഖങ്ങളും കാഴ്ചകളും വളരെ കൃത്യതയോടെ കവി ഈ കവിതയിലൂടെ പങ്കുവയ്ക്കുന്നു."തോറ്റു പോകുന്നു ഞാൻ നിന്റെ മുന്നിൽ തിരികെ നടക്കാൻ ശ്രമിച്ചാൽ തീരാത്ത നോവായി മാറുമീ ജീവിതം" "മൃതിയടഞ്ഞ പ്രണയം"എന്ന കവിതയിലെ വരികളാണ്. ഒരിക്കൽ പിരിഞ്ഞ സ്നേഹം വീണ്ടും കൂട്ടിചേർക്കുമ്പോൾ ഒരിക്കലും അതിന് പൂർണ്ണതയുണ്ടാവില്ല.

പരിമിതികളുടെ നിസ്സഹായതയിൽ തോറ്റുപോകുകയാണെന്നുള്ള ഓർമ്മപ്പെടുത്തലിനും നേരിടമുണ്ട് .തിരികെ നടക്കാൻ ശ്രമിച്ചാൽ അത് നോവുമാത്രമേ നൽകുകയുള്ളു എന്ന വാക്കുകളും എത്ര സത്യമാണ്.

സായംസന്ധ്യയുടെ വർണ്ണാഭമായ കാഴ്ചകളും, രാവിന്റെ വരവും,പ്രകൃതിയുടെ വിസ്മയചിത്രങ്ങളുമൊക്കെയാണ് "ആകാശശോണിമ"എന്ന കവിതയിലൂടെ കാണുന്നത്. അസ്തമയ സൂര്യന്റെ ശോണിമയും പകലോൻ യാത്ര പറഞ്ഞുപോകുന്നതും കടവാവലുകളും,കൂമനും ഇരതേടിയിറങ്ങുന്നതും ആകാശക്കാഴ്ചകളുമെല്ലാം കവിതയിൽ നിറഞ്ഞു നിൽക്കുന്നു.

ഒരിക്കലും ഒളിമങ്ങാതെയുള്ള പ്രകൃതിയൊരുക്കുന്ന ഈ ചിത്രം കാലത്തിന്റെ ഭിത്തിയിൽ ശിലപോലെ പതിക്കുകയാണെങ്കിൽ അതും പ്രകൃതിയൊരുക്കുന്ന സമ്മാനമാകുമായിരുന്നുവെന്നും കവി ആഗ്രഹിക്കുന്നു.

ശ്രീമതി. ബിന്ദു രാജീവ് പരവൂർ എഴുതിയ "സാലഭഞ്ജിക"എന്ന കവിതാസമാഹാരത്തിന് അവതാരിക എഴുതുവാൻ കഴിഞ്ഞതിലു

ള്ള സന്തോഷവും സ്നേഹവും അറിയിക്കുന്നു.

ഈ കവിതാസമാഹാരത്തിലൂടെ എഴുത്തുവഴിയിൽ ശോഭിക്കുവാനും, ഇനിയും ധാരാളം കവിതകൾ എഴുതുവാനും എഴുത്തുമേഖലയിൽ കൂടുതൽ ശ്രദ്ധിക്കപ്പെടുവാനും കഴിയട്ടെ, ആശംസകൾ നേർന്നുകൊണ്ട്

സ്നേഹപൂർവ്വം...

സി. ജി. ഗിരിജൻ ആചാരി തോന്നല്ലൂർ

അകം

ഏകാന്ത പഥിക

ഇനി ഞാനേകാന്ത പഥിക!
ഇന്നിന്റെ പാതയിലൂടെ,
എന്നിലെ സത്വത്തെ -
മുന്നിൽ തിരയുന്നവൾ
ഇന്നലെകളിൽ ജീവത്തുടിപ്പുകൾ,
ഇന്നോ..?മൃതിയടഞ്ഞൊരധ്യായം.
ഉള്ളിലൊതുങ്ങിയ കിനാക്കൾ
തള്ളുന്ന വിരഹപ്പാച്ചിലിൽ
പക്ഷമറ്റ പറവപോൽ
പരിതപഹൃദയം പേറുന്നു.
കനലുകൾ ചുട്ടുപൊള്ളുന്ന,
കദനഭാരം നിറയുന്ന,
മനസ്സിന്റെ ചുഴിയിലുട്ട് -
മനനം കവിതയായ്ചിതറുന്നു.
രാഗധമനികൾ ശബളമായ്,
രോക്ഷത്തിൻ വേഷരഹിതമായ്
അടർന്നുവീണ അസ്ഥിത്തറയിൽ
അവിടൊരു മൺചിരാതിൽ -
അതിലൊരുതിരിയായ്,
അണയാദീപമായ്,
തെളിയാൻ കൊതിക്കുന്നു.
തള്ളുവാനാകാത്ത
ആത്മാവിന്നുടയയാം
ഈ പഥിക

നിഴൽ

നിത്യ വിസ്മൃതിയിൽ
ലയിക്കുംവരെ
നിഴൽ നാടകമാടുന്ന
ജീവിതം.
ജീവിത നടനത്തിലിടറി
വീഴുമ്പോഴും നിഴലേ...
നീ മാത്രം കൂട്ടിനായ്.
കരയുന്നയെന്നിലും
ചിരിക്കുന്ന നിന്നിലും
നിഴലേ നിന്നുടൽ
പുൽകി നിന്നു.
ഉമ്മറത്തിണ്ണയിലെരിയും
നിലവിളക്കിൻ ചാരത്തും
പിരിയാതെ കൂട്ടായ്
നീ കിടന്നു.
ചിത തന്നരുകിൽ
കൂടെ വന്നെങ്കിലും
നിമിഷമാത്ര നിന്നെ
തനിച്ചാക്കി
ചിതാഗ്നിയിൽ സ്നാന
നിമഗ്നയായി
ഒടുവിലാരും കാണാതെ
ഒറ്റ നിഴലായ് മാറി നമ്മൾ..

അനുരാഗം

അനുരാഗമെ നീയെന്നിൽ
അനവദ്യസുന്ദര നിമിഷങ്ങളായ്..
നിൻ തപ്തനിശ്വാസമെൻ
പിൻ കുഴുത്തിൽ
പതിക്കവെ,
പ്രണയാർദ്ര നിർഭരമീ
ധന്യനിമിഷം.
നറുനിലാവിൻ നഭസിൽ
മൃദുസ്മേര സൂനങ്ങൾ
അനുരാഗലോല
യാമങ്ങൾ നെയ്തിടുന്നു..
പ്രകൃതിതൻ കരവിരുതിലോരോന്നിലും
പ്രണയാനുരാഗം തുളുമ്പിടുന്നു...
പുലരി പൊഴിക്കുന്ന
ഹിമകണങ്ങളിലും
സായന്തന സൂര്യന്റെ ചെങ്കതിർ
ശോഭയിലും
അലിയുന്നനുരാഗഭാവലയങ്ങൾ..
നിന്നെ തിരയുന്ന രാക്കിളി സംഗീതമായി
എൻ തമ്പുരുവിൻ തന്ത്രികൾ മീട്ടി,
വാക്കാൽ കുറിക്കുവാനാവില്ല
നിന്നെ,
വാക്കിന്നധീതമാം സൗന്ദര്യമേ..

മനസ്സ്

നീയെന്നെ
മറന്നതിൽപിന്നെ
എന്നിലെ ചിരി നഷ്ടമായി...
കാരണമില്ലാത്തൊരു
കണ്ണുനീരെന്നുടെ
കണ്ണുകളിൽ നിറഞ്ഞീടുന്നു.
ഇരവും പകലും നീയെന്ന
മന്ത്രം ജപിച്ചതിനാൽ
മനസ്സെന്ന പക്ഷി മൃതിയടഞ്ഞു.
കൂട്ടിനു ഞാനുണ്ടന്നൊരുവാക്ക്
പുറംകുപ്പായമിട്ടു
നീയോതി
പലവുരുയെന്നിലെ മോഹങ്ങൾ
ഉണർത്തിവിട്ടു.
എന്റെ വരണ്ട അധരങ്ങൾ
ചുംബനം കൊണ്ടു നീ
നനച്ചില്ലേ...?
നീ തീർത്ത പ്രണയപ്പുഴയിൽ
ഒലിച്ചുപോയതെന്നുടെ ജീവിതം.
നീയെന്റേതല്ലെന്ന തിരിച്ചറിവിൽ
തമോഗർത്തത്തി
ലാഴ്ന്നുപോയ്
മനസ്സും...
ഇന്നിതാ വെള്ള പുതച്ച്
അധരം വരണ്ടു
കിടപ്പൂ ഞാൻ..
പലരും വന്നെന്റെ അധരത്തിൽ
വെള്ളം തൊട്ടു തന്നെങ്കിലും
നീ മാത്രമെന്തേ അന്ത്യചുംബനവുമായി വന്നതില്ല...

അച്ഛൻ

കാലത്തിൻ
ഗഗന വീഥിയിൽ
കാലുകളിടറാതെ
വാർദ്ധക്യമറിയാതെ
ജീവിതചക്രം ചവിട്ടി
തൻമക്കളുടെ വയറു നിറയാൻ
രാപ്പകൽ നോക്കാതെ
കാലത്തിൻ ചൂളയിൽ
ഉരുകിയൊഴുകുന്ന അനേക ജന്മങ്ങൾ.

ഭ്രാന്തി

അടരാതെ നെഞ്ചോടടക്കി
പിടിച്ചനീറിപ്പുകയുന്ന
ചിതയാണു നീ..
സ്നേഹം നടിച്ചു നീ
മോഹങ്ങൾ തന്നു
മരിക്കാത്ത അനുരാഗം
നെരിപ്പോടാൽ പുകയുന്നു,
പ്രണയനോവിൻ

കപോലച്ചാലിൽമഴ
തുള്ളികൾ വീണു
ധൂമ പടലങ്ങൾ
വാനോളമുയരുന്നു.
ഓർത്താൽവിതുമ്പൽ
അടക്കില്ലല്ലോരിക്കലും.
ഓർക്കാതിരിക്കാനുമാവതില്ല
ജന്മ ജന്മാന്തര ബന്ധംപോലെ
നിലവിളിക്കുന്ന ചിന്തകൾ
മനസ്സിനെ വരിഞ്ഞുമുറുക്കുന്നു.
ഭ്രാന്തമാം ചിന്തകളാരറിയാൻ...?
ഇരവിനും പകലിനും
ഒരേ നിറമാകുമ്പോൾ
എന്നിൽഭ്രാന്തു പൂക്കാറുണ്ട്
ചുറ്റുപാടിൻബന്ധനമില്ലാതെ
സ്വതന്ത്രമായി കരയാനും
ചിരിക്കാനും
അനുവദമുണ്ട്.
അസ്വാതന്ത്ര്യത്തിൻ
കൂച്ചുവിലങ്ങില്ലാതെ
ഭ്രാന്തിയായി അലറിക്കരയാൻ
ആരേയും തിരിച്ചറിയാതെ
അറിയാതെ അറിയാതെ
ഈ ജന്മമെരിഞ്ഞടങ്ങണം.

നീയെന്ന കവിത

നീയായിരുന്നില്ലേയെന്റെ കവിത
പകലെന്നോ രാവെന്നോയില്ലാതെ
നീയെന്നിൽ നിറഞ്ഞു നിന്നില്ലേ?
നിന്റെ മിഴികൾ മൊഴിയാതെ
മൊഴിഞ്ഞവയല്ലേ?
ഞാനെഴുതിയത്
നിന്റെ ചിന്തകളായിരുന്നില്ലേ?
എന്നിലെ വരികൾ
എനിയ്ക്കു കുറിക്കാൻ താളുകളായത്
നിന്റെ ഹൃദയമായിരുന്നില്ലേ?
നിന്റെ വിരലുകളിലൂടെയല്ലേ
ഞാനെഴുതിയത്?
നീ ചാരെയണയുമ്പോൾ
എന്നിലെ കവി ഭാവനയുണരുന്നു
നിന്നിലലിഞ്ഞുചേർന്ന മഴയായിരുന്നില്ലേ
എന്റെ കവിത.
കടൽപ്പരപ്പോളം വരികളായ്
നീയെന്നിൽ നിറഞ്ഞു നിന്നില്ലേ?
പിന്നെയെപ്പോഴാണ്
നീയെന്നിൽ വറ്റിവരണ്ടത്?

പുനർജ്ജനി

നിന്നിലേക്കുള്ളയെന്റെ
യാത്ര
തിരയൊടുങ്ങാ
കടൽ പോലെയാണ്...
നിന്റെ കാർവർണ്ണ
നിറമെനിക്ക്
മഴവിൽ ചാരുതപോലെ
മനസ്സിലാഴ്ന്നിറങ്ങിയ രൂപമേ
നീയെനിക്കെന്നും നവനീയം....
കവിയായിരുന്നെങ്കിൽ അനേകമലങ്കാരമുള്ള
കവിതയായേനെ നീ.
ഈ ജന്മം നിന്നിലേയ്ക്ക്
അമരുവാൻ കഴിയില്ലെനിക്ക്. ഒരുവട്ടം കൂടി
ഞാൻ പുനർജ്ജനിക്കാം
യുവമിഥുനങ്ങളെപ്പോലെ
പാറി പറക്കാൻ
ചില നിമിഷങ്ങളിൽ പിണങ്ങാനും
മറു നിമിഷമിണങ്ങാനും
ജന്മാന്തരങ്ങളിൽ
നീയെന്ന കുളിരിനെ
മാറോടണച്ച്
നിന്റെ സഖിയായി
ജീവിതവനിയിലെ വള്ളിക്കുടിലിൽ
നഷ്ടസ്വപ്നങ്ങളെ തൊട്ടുണർത്തി
എൻ സ്വരവീഥികളിൽ
നിന്റെ നിശ്വാസമേറ്റ്
നിർവൃതിയടയണം.

നീ അറിയാതെ

ആർദ്രമീ രാവിൻ നിലാവിൽ
ആവണി തെന്നലായി
നിന്റെ പുഞ്ചിരി സഖീ...
നിന്നെക്കുറിച്ചുള്ള
പഴമ തൻ സ്മൃതികൾ
ഇന്നുമീയുള്ളിൽ
കോൾമയിൽ കൊണ്ടിടുന്നു സഖീ...
നീയറിയാതെ നിന്നെ
പ്രണയിച്ച ഞാൻ
നിന്റെ പാതകൾ
പിന്നിട്ടെത്ര നാൾ
പാഥേയമില്ലാത്ത
ഏകാന്ത പഥികനായി
നിന്റെ ഓർമ്മയിലിന്നും
അലയുന്നു മമസഖി...
കാലങ്ങൾ കഴിയവെ
കാത്തിരിപ്പേറവെ
നീയെന്റെ ഹൃത്തടമറഞ്ഞില്ല.
നീയൊരു കൂട്ടിൽ
ചേക്കേറിയെങ്കിലും
ഞാനിന്നുമേകനായ്
നിന്നെ ഓർത്തിടുന്നു സഖീ...

തുമ്പി

അംബരം ചുംബിച്ച
അമ്പിളിതുമ്പി
പൂവിനെതൊട്ടു
മുരണ്ടു നീ പാറി
ചുണ്ടിലെ തേൻകണത്തിൻ
മാധുര്യം
പലപല പൂവുകൾ
മുത്തി നീപാറി.
മേലെ വാനിലായ്
ഒന്നു ഉയർന്നു
തുള്ളികളിച്ചു ചിറകടിച്ചു മണ്ണിലിറങ്ങി വീണ്ടും
ഓരോപൂവിനേയും
ചുംബിച്ചിടുന്നു.
ഇത്തിരികുംഭ നിറഞ്ഞു
നീ പോകുമ്പോൾ
ഒത്തിരിയുണ്ടെന്റെ
കരളിൽ നീറ്റൽ
ദൂരേക്കു പാറാതെയെൻ ചാരത്തായി
ചാഞ്ചാടിയാടി പറന്നീടുക.
പലവർണ്ണ ചിറകുകൾ
കാട്ടിനീയെന്നെ
മാടി വിളിച്ചീടുന്നു
തെല്ലുനേരമെൻ മാറിലിരുന്നു
പിന്നെ പറന്നങ്ങു
ദൂരേക്കു പോയി നീ.

സഖി

അഴകായ് നീ വരും
നിനവായയെൻ പ്രാണനിൽ
ബാല്യസഖി...
കണമായ് നീ പൊഴിയും
കാതര സംഗീതമായ്
പ്രണയസഖി....
വധുവായി നീ വരും
ഏകാന്ത രാത്രിയിൽ
ചാരത്തു കൂട്ടിനായ്
ജീവസഖി...
ഇതുവരെയറിയാത്ത
അനുഭൂതിയായ്
അഴകേ നീയെന്നിൽ
ഒഴുകിടുന്നു
മമസഖി..
പിരിയില്ലൊരിക്കലും
ആത്മാവുകൊണ്ടു
നിന്നെ
എരിഞ്ഞടങ്ങുമീ
അവസാന നിമിഷം വരെ
ആത്മ സഖി.....

കാത്തിരിപ്പ്

മനസിന്റെ ജാലകം
തുറന്നുവന്നെത്തി നീയനിക്കായി മധുരിക്കും
മൃദുചുംബനവുമായ്
ആദ്യ കാഴ്ച തന്നനുനുഭൂതിയിൽ
ഈറനണിഞ്ഞു മിഴിയിണകൾ
കാലങ്ങളെത്രയോ കാത്തിരുന്നു.
നിന്നെയൊരുനോക്കു കാണുവാൻ
കൊതിച്ചിരുന്നു.
സ്നേഹത്താൽ വിറയ്ക്കുമധരങ്ങൾ
മെഴിയിടറി നിന്നു.
പറയുവാനേറെ
കഥകളുണ്ടെന്നുള്ളിൽ
പനിനീർ മലരെ നിന്നോടു മാത്രമായ്
കാലത്തിൻ പ്രഹരത്താൽ
ദിശമാറി പോയവർ
ഇന്നിതാ വീണ്ടും
കണ്ടുമുട്ടുന്നു.
ഓരോ ശിശിരവും
വസന്തവും നിന്റെയോർമ്മയാൽ ഇഴഞ്ഞുനീങ്ങവെ
ഇന്നിതാ ജീവിതം ധന്യമായി
നിർമലസ്നേഹത്താൽ
നീയിനിയെന്റേതുമാത്രമായ്
എന്നിലലിയുക
നിത്യസത്യമായ്.

നീവരുന്നതും കാത്ത്

വർഷങ്ങൾ പോയതറിയാതെ
നിന്റെ വരവും കാത്തിരുന്നു.
എന്റെ ഹ്യദയം നിനക്കുവേണ്ടി
തുടിച്ചതു നീ അറിഞ്ഞില്ലേ..?
അതോ അറിയാത്ത ഭാവം നടിച്ചതോ..?
ഇന്നെന്റെ തലമുടിയിൽ
വെള്ളിനൂലുകൾ സ്ഥാനം പിടിച്ചു.
ത്വക്കിൽ ചുളിവുകൾ വീണു തുടങ്ങി.
ധ്രുതധൂമമായി പാറിപറക്കും
മനസ്സേ നീയെന്തേ
ചെറുപ്പമായ്
കിനാവുകൾ കണ്ടു നടക്കുന്നേ...?
തിരികേ നടക്കാൻ
സമയമില്ലയെന്നു കാലം
തെളിവുകൾ നിരത്തുന്നു.
നിറമുള്ളസ്വപ്നങ്ങൾ
ബാക്കിയാക്കി എപ്പോൾ വേണമെങ്കിലും
മൃത്യു തൻ പടവുകൾ
താണ്ടും ഞാൻ

സാലഭഞ്ജിക

ഉന്മാദത്താലാറാടി തിമിർക്കുന്ന
മാനവക്കോലങ്ങൾ
ഭോഗിച്ചീടുന്നു വെറുമൊരു
മൺപ്രതിമയെപ്പോലും.
മുളയിലെകശക്കിയെറിഞ്ഞൊരു
കുഞ്ഞു മുകുളമായിരുന്നു ഞാൻ.
ദേഹിതൻ നീറും മുറിവുകളും
മൃതിയടഞ്ഞ മനസിന്റെ പുകച്ചിലും.
ഈറൻ മിഴികൾതോരാതെ
പെയ്തതുമാരുമറിഞ്ഞില്ല
കാമകണ്ണുകളാൽ
അമ്പെയ്തു
വീഴുത്തുന്ന
പേക്കോലങ്ങൾ.
നിരവധിഭൃംഗങ്ങൾ
മധു നുകരുന്ന
നിശാപുഷ്പമാണിന്നു ഞാൻ
തനിയെ തീർത്ത
ചില്ലു ജാലകക്കൂട്ടിൽ
ഒരു സാലഭഞ്ജിക
കണക്കേ
സാല പർണ്ണിക ഗന്ധം
തൂകുമീ
സാലഭഞ്ജിക യാമങ്ങളിൽ
ഉപാസ്യൻമാരാൽ
പൂജിക്കപ്പെടുന്നവൾ.

അമ്മ

അകലേക്കു മാഞ്ഞൊരു
അമ്മതൻ സ്നേഹം
അലകളായി ഉള്ളിൽ
വിങ്ങിടുന്നു.
അമ്മതന്നാർദ്രമാം പുഞ്ചിരി
ഇന്നുമെൻ നെഞ്ചകം
നീറ്റിടുന്നു.
ഇരുൾ വീണൊരാ ഉമ്മറത്തിണ്ണയിൽ
ഏകാകിയായ്
ഞാനിരുന്നു
ആലോലമാം തായ് തന്നൊരാ-
കനിവാർന്ന സ്നേഹം
ആത്മാവിൽ മൂകമായി തേങ്ങിടുന്നു.
ആയിരം കനവുകളുള്ളിൽ
ഒതുക്കുമീ
ആരണ്യ തേജസ്വനിയമ്മ
ആദ്യാക്ഷരത്തിൻ പുണ്യം പകർന്നൊരു വാക്കിനുടമയാമമ്മ
ആരുമില്ലങ്കിലും
കൂട്ടായെപ്പോഴും ചാരത്തണയുമെന്നമ്മ.
കത്തിയെരിയുന്ന
ഗ്രീഷ്മത്തിലും
തഴുകുമൊരു പവനനായമ്മ.
മായരുതെന്നുമീ
സ്നേഹ സുഗന്ധം.

സ്വാതന്ത്ര്യം

രാവെന്നോ പകലെന്നോ
നോക്കിടാതെ
ഒറ്റക്കു നടക്കുവാനാകുമോ
ഈ പാരിലൊരു നാരിയ്ക്ക്...?
അന്നു നമുക്കു ചൊല്ലിടാം
എന്റെ നാട് സ്വതന്ത്രമെന്ന്.
കാലുറക്കാത്ത പൈതലിനെ
നോക്കി
കാമമെറിയാത്ത
കണ്ണുകളുണ്ടെങ്കിൽ
അന്നെന്റെ നാട്
സ്വതന്ത്രമായി.
തെരുവിൽ ചേലയഴിയാതെ
പെണ്ണിന്റെ മാനത്തിന്
കരുത്തു പകർന്ന്
കൂടെയൊരു സമൂഹമുണ്ടെങ്കിൽ
എന്റെ നാട് സ്വാതന്ത്ര്യം നേടി.
കള്ളവും ചതിവുമില്ലാതെ
തെറ്റു ചെയ്യുന്നവനെ
ശിക്ഷിക്കാനൊരു നിയമമുണ്ടെങ്കിൽ
അന്നെന്റെ നാട് സ്വതന്ത്രമായി.
തെരുവിലേക്കെറിയുന്ന
ബാല്യവും വാർദ്ധക്യവും
എന്നു മാറുമോ
അന്നെന്റെ നാട് സ്വാതന്ത്ര്യം നേടും.
രാഷ്ട്രീയമില്ലാതെ രാഷ്ട്രത്തെ
സ്നേഹിക്കുവാൻ പഠിക്കുമോ
അന്നെന്റെ നാട് സ്വതന്ത്രമായി.

ഞാനറിയുന്നു

അതിരുകൾ ഭേദിച്ചു നിന്റെ
ഹൃത്തിൽ
ഞാൻ മാത്രമെന്നതു
ഞാനറിയുന്നു..
അകലെയിരുന്നു നീ കാണുന്ന
കനവുകളിൽ
ഞാൻ നിറയുന്നതും
അറിയുന്നു ഞാൻ....
നിന്റെ ചിന്തകളെന്നെ
തഴുകി കടന്നുപോകുന്നതും
ഞാനറിയുന്നു....
ആദ്യമായി കണ്ടപ്പോൾ

വാക്കുകൾ
നിന്റെ അധരത്തിൽ മുറിഞ്ഞതും
ഞാനറിയുന്നു.....
അന്നു ഞാൻ പുണർന്നപ്പോൾ
നീയുരുകിയെന്നിലലിഞ്ഞതും
ഞാനറിയുന്നു...
എന്റെ ചുംബനത്തിൻ ചൂടേറ്റു
നെറുകയിൽ തിളങ്ങിയ
വിയർപ്പിൻ കണങ്ങളെ
ഞാനറിയുന്നു....
ആ കൈ കോർത്തു നടക്കാൻ കൊതിച്ച
എന്നെക്കൂട്ടാതെ
പോയതിലെയിഷ്ടവും
ഞാനറിയുന്നു...
ഇന്നുനിന്റെ സ്നേഹം
ആർക്കെന്നറിയാതെ
ഞാൻ..
ഒന്നു മാത്രം
നിന്നുടെ ഓർമ്മകൾ
എന്നിലില്ലാതാകുമ്പോൾ
ഞാനില്ലന്നതും,
'നീയറിയുക'..

പുലർ വേള

പുലർവേളയാടുന്ന
പൂവാംകുരുന്നിലേ
പുലരുവോളം നീയെന്തു കണ്ടു...?
പുലരുവോളം നീയെന്തു കണ്ടു..?
പുത്തനാം പുലരിതൻ
പൂം തെന്നൽ നിന്റെ
പുതുമേനി മെല്ലേ തഴുകിയെന്നോ...?
താരാട്ടി മെല്ലേ ഉറക്കിയെന്നോ...?
പച്ചിലതണ്ടിലായ്
പിച്ചവയ്ക്കാനൊരു
കൊച്ചു മണിത്തുമ്പി പറന്നു വന്നു
ഒച്ചവയ്ക്കാതെ പറന്നിരുന്നു..
ഒരു കൊച്ചിളംതെന്നൽ
പാറി പറന്നപ്പോൾ
വിണ്ണിലെ മേഘങ്ങൾ നൃത്തമാടി.
മഴയായ് പെയ്യുവാൻ
കാത്തു നിന്നു.
പച്ച പുതച്ചൊരു പിച്ചക കുന്നിൽ
പാറിപ്പറന്നു മൂളുന്ന വണ്ടേ
പല പല പൂവിൻ തേനുണ്ടു വന്നോ..?
പുലരികൾ കൊഴിയവെ
പൂവുകൾ വിടരവെ
പരിമളം പരത്തി
പാർവണേന്തു ചിരിക്കവെ
പരിലസിക്കുന്നു നിൻ ചൊടികൾ മെല്ലേ...

കൊന്നപ്പൂവ്

ഇത്തിരി കൊന്നപ്പൂവിൻ
അഴകേറും ചിരിയിൽ
നിനക്കായ് കണിയൊരുക്കി.
എന്മനം നിറഞ്ഞൊരു
കണിയൊരുക്കി.
ഓട്ടുരുളിയിൽ
നിറച്ച പല
പഴങ്ങളും
കണിവെള്ളരിയും
കർണികാരവും
കണ്ണാ നിൻ രൂപവും
പുലർകാലമെന്നിൽ
കണിയാകേണം.
മേടമാസത്തിലെ
കത്തിയെരിയും
ഗ്രീഷ്മത്തിൽ പ്രകൃതിയും
വിഷുപ്പക്ഷി
നിന്റെ പാട്ടിനായ്
കാതോർത്തിരുന്നു.
കണിയൊന്നു കണ്ട്
മാനസം കുളിരുവാൻ
പൊന്നുണ്ണി കണ്ണാ
ഞാനും കാത്തിരുന്നു.

നൊമ്പരം

മനസ്സിന്റെ കൗമാരം
കവിതയായിയൊഴുകുന്നു
നരവീണ തലയിലും
ചുളിവീണ ത്വക്കിലും
മനസ്സിന്റെ കൗമാരം
ചിരിതൂകി നിന്നു.
ഏകാന്തയാമത്തിൽ
നിന്റെയോരോ ചലനവും
പ്രാണനിൽ പനിനീർ പൂവായ്
ഇരവിന്റെ തിരശീല താഴവേ
നിന്നധരത്തിൽ ചുടുചുംബന
കുളിർക്കാറ്റെന്നിൽ പടർന്നു.
നിന്റെ പ്രണയത്തിൻ മധുരിമ
എന്നിലേറെയായിരുന്നു.
സ്വപ്നാടനങ്ങളിൽ
ഗന്ധർവ്വനായ് തഴുകി
വിരഹാർദ്രയാമങ്ങൾ
എനിക്കു നൽകി നീ പ്രിയനേ...
നീയിനിയെന്റേതാകില്ലെന്ന സത്യം
തീരാത്ത നോവായ്
ഹൃത്തിൻ തന്ത്രികൾ ഓരോന്നായി
പൊട്ടിച്ചീടുന്നു.
എങ്കിലുമൊരുനോക്കു കാണുവാൻ
വിരഹതാപത്താൽ ഞാനിന്നും
കാത്തിരിപ്പു...

അവൾ

ഉലകിന്റെ നൊമ്പരക്കൂട്ടിൽ
ഏകാകി പക്ഷിയായിരുന്നവൾ
നോവൂറും വേവുകൾ
ഉള്ളിലൊതുക്കിയവൾ
മകളായി കാമുകിയായി
ഭാര്യയായി അമ്മയായി അമ്മൂമ്മയായ്
ജീവിത വേഷമാടുമ്പോൾ
സുഖമെന്തന്നറിയാതെ
ഉലപോൽ നീറി പുകഞ്ഞവൾ.
ജീവിത വ്യഥയിലറിയാതെ
അകലുന്നമനസ്സുകൾ
പറയുന്നില്ലൊരിക്കലും അവൾ.
മനസ്സിൻ ചുടുദുന്ദുഭികൾ
ഈറനണിഞ്ഞ മിഴികൾ
അവളുടെ കദനത്തിൻ കഥപറഞ്ഞു.
അവളെനിക്കാരായിരുന്നു
എന്റെദുഃഖങ്ങളിൽ പങ്കുചേർന്നവൾ
ഇല്ലായ്മയിലും വല്ലായ്മയിലും
കൂടെ നിന്നവൾ
എന്നിലെ ചൂടും
ചൂരുമേറ്റവൾ
എന്റെവിത്തുകളുദരത്തിൽ പേറി
എന്റെ സന്താനങ്ങൾക്കു
ജന്മമേകിയവൾ
എന്നുമന്നമീട്ടി എന്റെ
വിഴുപ്പലക്കിയവൾ
എങ്കിലുമെന്നിലെയവളെ
തിരിച്ചറിയാതെ നഷ്ടപ്പെടുത്തിയവൻ
ഞാൻ...

കണക്കെടുപ്പ്

ദേഹം വിട്ടൊഴിയുന്ന
ദേഹിയുടെ കർമ്മഫലത്തിൻ
കണക്കെടുപ്പിൽ
ആർക്കാണ് തോൽവി
തൂക്കി നോക്കാനൊരു
തുലാസില്ലാതെ പോയി..

പ്രണയ ലഹരി

ചന്ദ്രികാലോലമാം
ചന്ദനച്ചോലയിൽ
നിന്മുഖം നിലാവായ് മനസ്സിൽ.
രാവേറെയായിട്ടും
രാക്കിളി ചാഞ്ഞിട്ടും
ഉമ്മറക്കോലായിൽ ചുറ്റിനടന്നു.
പതിവായെൻ ഓർമ്മതൻ
പടവുകൾ താണ്ടി നീ
പൊൻവിളക്കിൻ
തിരിനാളമായ്
തൂമഞ്ഞിൻ വീഥിയിൽ
സഹസ്രദളപുഷ്പമായ്
നിൻമുഖമിടനെഞ്ചിൽ
ചേർത്തു.
മറക്കാൻ ശ്രമിച്ചാലും
നിലയ്ക്കാത്ത ലഹരിയായ്
നുരഞ്ഞു പൊങ്ങിടുന്നു.
വിധുവിൻ നിലാവത്ത്
അലകളായൊഴുകുമീ
ആദ്യാനുരാഗത്തിൻ
പ്രണയലഹരി.
മനസ്സിന്റെ ഉൾപ്പൂവിലെവിടെയോ
മൊട്ടിട്ട പ്രണയത്തിൽ
നൊമ്പരക്കടൽ ഉമിത്തീയായ് നീറി
ഏകാന്ത സായാഹ്ന പുഷ്പമായ് കൊഴിഞ്ഞു
മണ്ണിൽ വീണു നീ...
പിൻവിളിക്കായ് കാതോർത്തൊരു
പ്രണയലഹരിയെന്നിൽ നിറഞ്ഞുനിന്നു.

തൂലിക

മനസിന്റെ കൂടാരകൂട്ടിൽ
മയങ്ങുമ്പോൾ
പൊട്ടിജ്ജ്വലിച്ചൊരു മുത്തുവന്നു.
ആ മുത്തിനെ മുത്തി മിനുക്കി
ഞാൻ
പുസ്തകത്താളിൽ ഒളിച്ചുവച്ചു
പുസ്തകത്താളിൽ കുറിയ്ക്കുന്ന
സപ്തസ്വരത്തിൻ തൂലിക നീ.
ഒറ്റക്കിരുന്നു ഞാൻ തേങ്ങിടുമ്പോൾ
സ്വാന്തനത്തിൻ തലോടലായ്
ആത്മ സഖിയായി നീയരികിലെത്തി
എൻ വേദന അക്ഷരമാ യ്
കത്തിജ്ജ്വലിക്കും കൽവിളക്കുപോലെൻ
കരങ്ങളിൽ തിളങ്ങി നീ തൂലിക..
കുറ്റപ്പെടുത്തുവാ നേറെയുണ്ടാളുകൾ
തുണയോ നീ മാത്രമായി.
കൂരിരുട്ടിൻ ശയ്യയിൽ
മിന്നാമിനുങ്ങിൻ വെളിച്ചമായ് നീ
വാളിൻ മൂർച്ചപോൽ പ്രതികരിച്ചീടുവാൻ
അക്ഷരക്കൂട്ടമായ് തിളങ്ങി നിന്നു.
കല്പാന്തകാലത്തിൻ കല്മഷം മായ്ക്കുമീ
തീർത്ഥജലമായ് തൂലികെ നീ...
സത്യത്തിൻ മിത്രമായി നന്മതന്നക്ഷരമായി
നിലകൊള്ളുക
തൂലികെ നീ...

അഹല്യ

നിയതി മാറ്റുവാനാകാതെ
കാലത്തിൻ പ്രഹരങ്ങളേറ്റു
ശിലയായി ജീവിതം നയിച്ചൊരു
പഞ്ചകന്യയാം
അഹല്യ ഞാൻ...
സൗന്ദര്യം ശാപമായിമാറി
ചോരാനായ് വന്നൊരു
ഇന്ദ്രന്റെ മോഹത്താൽ
വഞ്ചിക്കപ്പെട്ടവൾ ഞാൻ...
ജ്ഞാനിയെങ്കിലും
ക്ഷുഭിതനാം പ്രിയപതിയുടെ ശാപത്താൽ ശിലയായവൾ
നിരപരാധിയാമെനിക്കെന്തിനീ ദുർവിധി തന്നു.
തെറ്റും ശരിയും വിചാരണ കൂടാതെ
ക്ഷിപ്രകോപത്തിനു പാത്രമായവൾ ഞാൻ..
ആരണ്യത്തിൻ നടുവിലായ്
നീണ്ട സംവത്സരങ്ങൾ
നിദ്ര വെടിഞ്ഞു പൂഴിയിൽ
ഗാത്ര ശിലാപത്മമായി
തപസിരുന്നവൾ.
ശ്രീരാമദേവപാദസ്പർശത്താൽ
മുക്തി കൊതിക്കു മീ
താപസ പത്നിയാം അഹല്യ ഞാൻ.
നീതി നിക്ഷേധിക്കപ്പെട്ട
പെൺ വർഗ്ഗത്തിനടയാളം ഞാൻ...

നിശീഥിനി

നിലാവിന്റെ നേർത്ത മഞ്ഞിൽ
നിശീഥിനി നിയൊരു പൂങ്കാവനം.
നിന്നെ പുൽകാൻ കൊതിച്ച്
ഞാനുമെന്റെ പ്രിയനും
നിശാ ശലഭമായ്.

രണം

രണമെന്നതു ദുരമൂത്തു
കാട്ടുന്ന മനസ്സിന്റെ
ധാർഷ്ട്യമല്ലയോ...?
അതേറ്റുപിടയാൻ
വിധിക്കപ്പെടുന്ന മാനവർ.
ജീവിതം ജീവിച്ചു തീർപ്പതെങ്ങനെയീ
മണ്ണിൽ.
ഗർജ്ജിക്കും വെടിക്കോപ്പുകൾ
ചിതറി തെറിപ്പിക്കാനായി
മാംസപിണ്ഡങ്ങളെ
തേടുന്നു.
ഭയത്താൽ മിഴിയടച്ചാലും
മെയ് മൂടുവാനാവതില്ല
ഭയചികിതരായ്
നാലു പാടും
ഓടിയൊളിക്കുന്ന മർത്ത്യജന്മങ്ങൾ.
രണത്തിലൂടെ നിണമൊഴുക്കി
മണ്ണും മനസ്സും പുൽനാമ്പുകളും
ചുട്ടെരിച്ചു സ്വപ്നമഞ്ചത്തിലേറി നടപ്പൂ ചിലർ
ഒരുപാടു നാളത്തെ
പ്രയത്നങ്ങളൊക്കെയും ഒരുപിടിച്ചാരമായ് തീരുന്ന
കാഴ്ച കാണുവാൻ വയ്യ...
നിർത്തുക സോദരരെ...
നിർത്തുക സോദരരെ...
എന്തിനീ പകപോക്കലുകൾ...?

കാലത്തിൻ ചിറകുകൾ

കാലം വരച്ചിട്ട
ജാലക ചില്ലയിൽ
നീയെന്ന പക്ഷി
വന്നിരുന്നു.
ഒരുപാടു കനവുകൾ
ഉള്ളിലൊതുക്കുമീ
നിറമാർന്ന ചിറകുള്ള
മൗനമായ് പാടുന്ന പക്ഷി
ചിറകുകളുണ്ടെങ്കിലും
ചിറകില്ലാപ്പക്ഷി നീ
ആരെ തിരഞ്ഞു നീ

വന്നു പക്ഷി.
പതിവായെൻ
ജാലക വാതിലിൽ
പറയാതെ മെല്ലെ നീയിരുന്നു.
പഴമതൻ സ്വപ്നത്തിൻ
നീറുമൊരോർമ്മകൾ
അറിയാതെ
മെല്ലെയുണർത്തി
തീരാത്ത നോവായ്
നീറുന്ന ജീവിതത്തിൽ
നിനക്കായി മാത്രമൊരു
കൂടുകെട്ടി.
ഒരുവേള നീയെന്നെ
മറന്നുപോയെന്നു ഞാൻ
അറിയാതെയകതാരിൽ
നിനച്ചുപോയി.
വന്നില്ല പക്ഷി നീ
ദൂരെയെങ്ങോ
പക്ഷങ്ങളറ്റു വീണു കിടന്നു.
കാലത്തിൻ ചിറകിൽ
പക്ഷിനിന്നോർമ്മയും
പാറിപ്പറന്നു മറഞ്ഞിടട്ടേ...

നീതി

പിടച്ചിലുണ്ട് ഹൃദയത്തിൽ
നീറ്റലുണ്ട് ഓമനേ
അധരത്തിലമ്മിഞ്ഞ പാൽമണം മാറാത്ത
നിന്നെ കശക്കിയെറിഞ്ഞ
നെറികെട്ട ഭ്രാന്തിനോട്
നീതിദേവതെ ഒന്നു മാത്രമെ
ചോദിപ്പു ഞാൻ.
നിനക്കു ലജ്ജയില്ലേ
പരികഥചൊല്ലി മിഴിപൂട്ടുവാൻ.
വിശ്വസങ്കല്പത്തുലാസിൽ
നീതിബോധത്തിനെന്തുവില.
കണ്ണുമൂടി നീ നോക്കുന്നതൊക്കെയും
ആരോ തിരുത്തിക്കുറിക്കുമസത്യങ്ങൾ
കണ്ണുതുറന്നു നീ നോക്കീടുക.
നിന്നെ വിശ്വസിക്കും ജനതയെ
രാഷ്ട്രത്തിനതീതമായി
രാഷ്ട്രീയം വളരവെ
മാറ്റിയെഴുതുക
നീതിതൻ തത്വശാസ്ത്രം.

ജീവവായു

നിനവാർന്ന സ്വപ്നങ്ങൾ
കരയുന്നുവോ..?
കനിവാർന്ന ദു:ഖത്തിൽ
അലിയുന്നുവോ...?
മഴമേഘമായ്
നീളെ പായുന്നുവോ...?
നടനം തുടർന്നു ഞാൻ
രൗദ്ര പേമാരിതൻ
നടനം തുടരുന്നു.
ഉലകിന്റെ നൊമ്പരക്കൂട്ടിൽ
ഞാൻ മിഴിനീർ വാർക്കവെ
താങ്ങും തണലുമായ്
നിന്നവയൊക്കെ
കാർന്നു കവർന്നൊരു
മാരിപെയ്ത്ത്.
പ്രളയത്തിലാഴ്ന്ന
നിലവിളികൾ
തൃഷ്ണ തൻഭാരങ്ങൾ
ഊർന്നു വീഴും തളരുന്നു
തനുവെന്നോർത്തിടാതെ.
സലിലത്തിലാഞ്ഞു
തുഴഞ്ഞീടുന്നു
ഒരു കൈതാങ്ങിനായ്
കൊതിക്കുന്നു പ്രാണൻ.
മൃത്യുതൻ വാതായനത്തിൽ
എത്തി നിൽപ്പൂ.
ആ പ്രാണനെ താങ്ങുവാനായ്
എത്തിയ മക്കൾതൻ കൈകളെന്നിൽ
ഉയർത്തെഴുന്നേൽപ്പിൻ
ജീവവായുവായി.

എന്റെമാത്രം

നിന്നിൽ നിന്നകലാൻ ശ്രമിക്കവേ
തോറ്റുപോകുന്നു മമ ഹൃദയം.
ഓരോ ദിനവും കൊഴിയവെ
നിന്നെ കാണാത്ത പുലരിയും
സന്ധ്യയുമെനിക്കന്യമായ്.
വാചാലമായയെൻ തൂലികപോലും
നിനക്കായ് മൗനം പൂണ്ടിടുന്നു.
പ്രണയ മുറിവേറ്റു തീരാത്ത
നോവായി മാറുന്ന ജീവിതം.
ഇരുൾ തഴുകിയ നീലാമ്പൽപോൽ
നീരുവറ്റിയ കണ്ണിണകൾ
നീയെന്ന തൃപ്തഭാവത്തെ തിരയുന്നു.
നിന്റെ പ്രണയ നൈവേദ്യം
ഈ ജന്മത്തിലെനിക്കായ്മാത്രം
വിളമ്പണം പ്രിയനേ...
ഒരു യുഗം നീളുമീ പ്രണയദാഹം
മമ ജീവന്റെ പ്രാണനായ്
നിന്റെ വരവിനായ് കാത്തിരിക്കുന്നു.
അതു മാത്രമെന്റെ പുണ്യപത്രം.

ചുവപ്പ്

പ്രണയത്തിനാരോ
ചുവപ്പു നൽകി
ഹൃദയത്തിനാ നിറം
പകർന്നു നൽകി
പ്രേമം തലക്കുപിടിച്ച
ചിലർതൻ കത്തിയിലേക്കാനിറം
പകർന്നെടുത്തു.
നന്മയുടെ നിറം കണ്ടു
വളർന്ന ചില കണ്ണുകളതു
കാണവെ
ചുവന്ന കണ്ണുനീർ പൊഴിച്ചു.
ഇതു കണ്ട പ്രകൃതി
ദുഃഖത്താൽ കതിരോനെ
ചെങ്കതിരിൻ ചായം പൂശി.
മണ്ണിൽ പിറന്നാലും മർത്യന്റെ
ഹൃത്തിൽ വിണ്ണിലുയരുന്നു
പ്രേമത്തിൻ ചെങ്കൊടി.
പ്രായത്തെ മറന്നു നടക്കുമി
പ്രേമത്തിൻ വിഷവിത്തുകൾ
ചുവപ്പിൻ നാട മുറുക്കി
കെട്ടിയാലും കാലമെത്തുമ്പോൾ
പൊട്ടിച്ചെറിഞ്ഞു
സ്വർഗ്ഗീയ കിനാവു നെയ്യുന്നു.
കാലത്തിൻ നിയതിയിൽ
പ്രണയം കൊഴിയുമ്പോൾ
സ്വയം നിണനദിയൊഴുക്കുമീ
കേവല മനുഷ്യക്കോലങ്ങൾ.

ചിങ്ങമാസം

പൂത്തുനിൽക്കുന്നൂ ചിങ്ങമാസം
പൂനിലാവ് പൊഴിക്കുന്നു.
ചിങ്ങത്തിരുവോണ രാത്രി
പൂവിൻകൂട്ടം പൂപ്പൊലി
മൂളി
കാറ്റത്താടി രസിക്കുന്നു.
മുറ്റം നിറയെ പൂക്കളമോടിയാൽ
ഓടിക്കളിക്കും പാദസ്വരങ്ങൾ
ഓണപ്പാട്ടിന്നീരടി മൂളി
ഓണക്കിളികൾ വരവായി.
തുമ്പയും തുളസിയും
ചെത്തിപ്പൂക്കളും
പൂത്തുതളിർക്കും രാവായ്.
ചിങ്ങത്തേരിൽ
അമ്പിളിമാമൻ
അൻപോടണയും രാവായി.
ആലിൻകൊമ്പത്തന്തിയുറങ്ങും
വർണ്ണത്തുമ്പി നടമാടി.
വയലേലകളിൽ
പൊന്നിൻ കതിരുകൾ
ഊണിനു വിളമ്പാൻ
പാകവുമായി.

പ്രണയം

എന്നിലെ പ്രണയമാർദ്രമാണ്
പലരും പലവട്ടം
നിന്റെയൊരു പുഞ്ചിരിക്കായ്
കൊതിച്ചുവെങ്കിലും
നിന്നിൽനിന്നാവോളമതു
കിട്ടിയതെനിക്കായിരുന്നു...
ക്ഷണികനിമിഷത്തിൽ
ആരോരും കാണാതെ
നീയെൻ അകതാരിലൊളിച്ചു.
പറഞ്ഞില്ല പറയാൻ കഴിഞ്ഞില്ല
നീയെനിക്കെന്തു പ്രിയമെന്ന്!
പറഞ്ഞാൽ നീയെനിക്കന്യനായാൽ
താങ്ങുവാനാകില്ല.
നിന്നകൽച്ച നീറിപുകച്ചിടുമന്തരംഗം.
കാമമല്ല നിന്നോടെനിക്ക്
കരുതലിൻ സ്നേഹമാണ്.
പറയാൻ കഴിയാത്ത
വികാരമാണ്.
നിന്നിലെ പുഞ്ചിരി
നിത്യവും കാണുവാൻ
അരികിലിരുന്നു തലോടലേൽക്കുവാൻ
കൊതിക്കുന്നു തനുവും.
മൂകമായ് ഉരുകിയെരിയുന്ന
എന്റെ നെഞ്ചിൻ താളം
കാറ്റിനലയായി
നിന്റെ കാതിലെത്തിയെങ്കിൽ
ഞാനെത്ര ധന്യയായേനെ.

കാലം

കാല്പനികതൻ കല്ലോലിനിയായി
കാലമേ നീയൊഴുകി
ഓളവും തീരവും നോക്കാതെ
പായുന്നു ദുരന്തമുഖിയായി
കാലകർമ്മത്തിൽ
കാല കൃതനും
കിതവനായി മാറി.

ഭൂമി വചനം

കനിവാർന്നൊരമ്മയാം
എന്നുടെ മാറിനെ
കുത്തി മുറിച്ചുവ്യണപ്പെടുത്തി
എന്നുടെ മക്കളാം
വൃക്ഷലതാതിയെ
വെട്ടിമുറിച്ചു
കൗതുകവസ്തു തൻ ശില്പമാക്കി.
പിഞ്ചു കരങ്ങളാംപല്ലവ
താളുകൾ
ഞെക്കി ഞെരിച്ച് അഗ്നിയാക്കി.
എന്നുടെ മാറു ചുരന്നൊരാ
അമ്മിഞ്ഞപ്പാലാകും
സലിലത്തെയാകെ
മലീമസമാക്കി...
എന്നുടെ വാരിയെല്ലാകും
പാറകൾ വാരിവലിച്ചു
പുറത്തെടുത്തു.
എന്നുടെ അംബരം

വലിച്ചഴിച്ചു
എൻ ശരീരമാം മണ്ണിനെ
വില്പന ചെയ്തു നിങ്ങൾ....
എന്റെ മനസ്സിൻ വിഹ്വലതയിൽ
നിന്നും
മഴത്തുള്ളിതൻ
കുടിനിരുനൽകി
പോറ്റി വളർത്തിയ
കൈകളിൽ കീടനാശിനിതൻ
നീരൊഴുക്കി.
എന്നിൽ ജ്വലിക്കും
പകയുടെ നാളമായ്
അർക്കനെ തീഷ്ണമാക്കി.
വർഷത്തെ പേമാരിയാക്കി
ഞാൻ കനിഞ്ഞൊരു
വായുവും വെള്ളവും നാളെ
കാലയവനികയ്ക്കുള്ളിൽമറയും.
എന്റെ ജല്പനം കേൾക്കാത്ത
നിങ്ങൾ
നാളെയീ
മണ്ണിൽ തളർന്നുവീഴും...

ഏകാന്ത പഥികൻ

ഏകാന്ത പഥികൻ ഞാൻ
ഏകാന്ത പഥികൻ
പുഴപോൽ ഒഴുകും
മനസ്സുമായ്
ബന്ധുശത്രുക്കളെ
തിരയുന്നു ഞാൻ
പിന്നിട്ട വഴികളിൽ
കണ്ടവരേറെയും
ഭൗതിക സുഖങ്ങളിൽ
ആർത്തിപൂണ്ടവർ.
സ്വാർത്ഥമോഹത്തിൻ
അകക്കണ്ണുമായ്
പാഞ്ഞു നടക്കുന്ന
നിശാചരന്മാർ.
മുത്തച്ഛനെന്നൊരു
പേരു ചൊല്ലിടുമ്പോൾ
ഭീതി വിടരും
പൈതലിൻ മുഖങ്ങൾ.
അച്ഛനും അമ്മയും ജേഷ്ഠനും
മാംസവ്യാപാര വാണിഭക്കാർ.
"മാതൃത്വ"മെന്ന മഹത്വമാം സത്യത്തെ
അല്പമോഹത്താൽ
ചുട്ടെരിപ്പവർ
പൈതലെന്നോ
പടുവൃദ്ധയെന്നോ
നോക്കിടാതെ
കൊത്തിവലിക്കുന്ന
മാംസദാഹികളാം
കഴുകന്മാർ...

രാപ്പകലിൻ തേങ്ങലുകൾ
ചുറ്റും ശീൽക്കാരധ്വനികൾ
സംസ്ക്കാര ശൂന്യമാം ചുഴിയിലകപ്പെട്ടു
നെട്ടോട്ടമോടും
മർത്ത്യജന്മങ്ങൾ
വിദ്യ മനസ്സിൽ
വെളിച്ചമേകുമെന്നുള്ളമൊഴി
അർത്ഥശൂന്യമായ്
അന്തരീക്ഷത്തിൽ
ഒഴുകി നടക്കുന്നു.
നാളെപ്പിറക്കും തലമുറയ്ക്കായ്
സത്യവും ധർമ്മവും നീതിയും തേടിയലയുന്ന
ഏകാന്ത പഥികൻ ഞാൻ.

ആകാശശോണിമ

നീലാകാശത്തിൻ ചോട്ടിൽ നിന്നുമാ-
നീലക്കടൽ പരന്നൊഴുകി.
നീലക്കടലിൻ നീലിമയിൽ
ചക്രവാളശോണിമ
കൂടൊരുക്കി.
കതിരോനണയാൻ
ചെങ്കതിരായ്
രാവു തുടങ്ങുമാ നേരത്ത്
കടവാവലുകൾ
കൂടുവിട്ടിറങ്ങി.
പകലുറക്കത്തിൽ
നിന്നുമാ കൂമൻ
തന്നിരയെത്തേടി പറന്നുയർന്നു.
പറവകൾ കൂടണയാൻ
വാനിൽ പാറിപ്പറന്നകലുന്നു.
വിൺഗംഗയിലെ ചിത്രച്ചാലുകളിൽ
നിലാവൊളി തൂകി വന്നു.
വെള്ളാമ്പൽപ്പൂപോൽ
ചന്ദ്രക്കല ചിരിതൂകി മെല്ലെ.
നീരദ പാളിയിൽ താരകക്കൂട്ടം
തെളിഞ്ഞു മിഴിചിമ്മി
കടന്നുവന്നു.
ആരോ വരച്ചൊരു ഛായാചിത്രംപോൽ
നിർന്നിമേഷനായ് ഞാൻ നോക്കിനിന്നു.
പ്രകൃതിതൻ ഒളിമങ്ങാതെയീ ചിത്രം
കാലത്തിൻ ഭിത്തിയിൽ
ശിലപോൽ പതിച്ചിരുന്നെങ്കിൽ.

മൃതിയടഞ്ഞ പ്രണയം

തോറ്റു പോകുന്നു ഞാൻ
നിന്റെ മുന്നിൽ.
തിരികെ നടക്കാൻ ശ്രമിച്ചാൽ
തീരാത്ത നോവായി മാറുമീ ജീവിതം
മമ ജീവനിലെന്തിനായ് വീണ്ടും
വന്നു നീ പ്രിയനെ
കദനം തീർത്ത ജീവിത പാതയിൽ
കാലമാം മായയിൽ
ക്രൂരനാം വിധിയിൽ
അകലേക്കടർന്ന ദേഹികൾ നമ്മൾ
കനവുകൾ മടങ്ങവെ
കരളൊന്നു പിടയുമ്പോഴും
മറവി തൻ മന്ത്രമണിഞ്ഞു
മറ്റൊരു വണ്ടിൻ പരാഗണത്താൽ
പൂത്തു തളിർത്ത ഞാൻ
ഇനി നിൻപ്രണയവല്ലരി
യെന്നിൽ പൂത്തു തളിർക്കില്ല
പണ്ടെ മൃതിയടഞ്ഞ പ്രണയമെ
നിറം മങ്ങിയ ചിത്രമാണു നീ
എന്റെ മൂക സ്വാന്തനം നിനക്കിന്നിതാ
അന്നു നിന്റെ മൗനത്താൽ
സ്വപ്ന ജീവിതം കൈവിട്ടു പോയി
ഇന്നു നീ മൗനം വെടിഞ്ഞെങ്കിലും
ഞാൻ മൗനം പൂണ്ടിടുന്നു